The Power of Inclusion Exploring Special Education Policies for Students

సమ్మిళితత్వం యొక్క శక్తి: ప్రత్యేక విద్యా విధానాల పరిశీలన

Rajesh Tiwari

Copyright © [2023]
Title: The Power of Inclusion   Exploring Special Education Policies for Students
Author's: RajeshTiwari

All rights reserved. No part of this publication may be reproduced, stored in a retrieval system, or transmitted in any form or by any means, electronic, mechanical, photocopying, recording, or otherwise, without the prior written permission of the publisher or author, except in the case of brief quotations embodied in critical reviews and certain other non-commercial uses permitted by copyright law.

This book was printed and published by [Publisher's: **Rajesh Tiwari**] in [2023]

ISBN:

TABLE OF CONTENT

Chapter 1: Unlocking Potential: Unveiling the Power of Inclusion   12

- Define inclusive education and its core values.
- Explore the benefits of inclusion for students with disabilities and their typical peers.
- Showcase inspiring stories of successful inclusion in diverse classrooms.

Chapter 2: Building Bridges: Laying the Foundation for Inclusive Schools   20

- Discuss the philosophical and educational principles that underpin inclusion.
- Analyze the role of school leadership and culture in fostering inclusive environments.
- Explore models for collaborative planning and decision-making among educators, families, and communities.

Chapter 3: Charting the Course: Navigating the Policy Landscape   26

- Examine international and national legal frameworks that support inclusive education.
- Analyze the impact of policies on funding, resources, and teacher support for inclusion.
- Advocate for evidence-based policies that promote equity and access for all students.

Chapter 4: Designing for All Minds: Creating Accessible Learning Environments   32

- Introduce Universal Design for Learning (UDL) as a framework for inclusive classrooms.
- Explore differentiated instruction, flexible learning tools, and technology to support diverse learners.
- Provide practical examples of inclusive classroom design and organization.

Chapter 5: Empowering Educators: Cultivating Inclusive Mindsets and Skills 39

- Discuss the importance of teacher training and professional development in promoting inclusion.
- Explore strategies for developing inclusive attitudes, cultural competence, and pedagogical skills among educators.
- Provide resources and support systems for teachers working in inclusive settings.

Chapter 6: Beyond the Classroom Walls: Building Collaborative Partnerships 45

- Highlight the crucial role of collaboration among families, schools, and communities in supporting inclusion.
- Discuss different models of collaboration and communication that can be effective.
- Provide examples of successful partnerships that have benefited students with disabilities and their families.

Chapter 7: Celebrating Differences: Fostering Social and Emotional Inclusion 51

- Emphasize the importance of social and emotional learning (SEL) in inclusive education.
- Discuss strategies for building positive peer relationships, empathy, and a sense of belonging for all students.
- Address issues of bullying and discrimination in inclusive settings and how to prevent them.

Chapter 8: Breaking Barriers: Overcoming Challenges and Obstacles 58

- Analyze common challenges faced in implementing inclusive practices, such as resource constraints, negative attitudes, and lack of understanding.
- Explore innovative solutions and strategies for overcoming these challenges and promoting sustainable inclusive practices.
- Share stories of resilience and determination from students, educators, and families who have overcome obstacles to achieve inclusion.

Chapter 9: A Vision for the Future: Beyond Inclusion Towards Transformation   64

- Discuss the transformative potential of inclusive education for individuals and society as a whole.
- Explore future trends and innovations that can further enhance inclusive practices.
- Call to action for continued advocacy, research, and collaboration to build a world where everyone thrives in inclusive learning environments.

విషయ సూచిక

అధ్యాయం 1: సామర్థ్యాల తాళాలు తీయడం: సమ్మిళితత్వం యొక్క శక్తిని బయటపెట్టడం

- సమ్మిళిత విద్యను నిర్వచించడం మరియు దాని ప్రధాన విలువలను వివరించడం.
- వికలాంగులైన విద్యార్థులకు మరియు వారి సాధారణ సహచరులకు సమ్మిళితత్వం యొక్క ప్రయోజనాలను పరిశీలించడం.
- వివిధ తరగతులలో విజయవంతమైన సమ్మిళితత్వం యొక్క స్ఫూర్తిదాయక కథలను ప్రదర్శించడం.

అధ్యాయం 2: వంతెలు నిర్మించడం: సమ్మిళిత పాఠశాలలకు పునాది వేయడం

- సమ్మిళితత్వాన్ని పురికొల్పే తాత్విక మరియు విద్యాపరమైన సూత్రాలను చర్చించడం.
- సమ్మిళిత వాతావరణాన్ని పెంపొందించడంలో పాఠశాల నాయకత్వం మరియు సంస్కృతి యొక్క పాత్రను విశ్లేషించడం.
- విద్యావేత్తలు, కుటుంబాలు మరియు సమాజాల మధ్య సహకార ప్రణాళిక మరియు నిర్ణయం తీసుకోవడానికి నమూనాలను పరిశీలించడం.

అధ్యాయం 3: మార్గాన్ని రూపొందించడం: విధానాల దృశ్యాన్ని నావిగేట్ చేయడం

- సమ్మిళిత విద్యను మద్దతు ఇచ్చే అంతర్జాతీయ మరియు జాతీయ న్యాయ ఫ్రేమ్‌వర్క్‌లను పరిశీలించడం.
- నిధులు, వనరులు మరియు సమ్మిళితత్వానికి ఉపాధ్యాయుల మద్ధతుపై విధానాల ప్రభావాన్ని విశ్లేషించడం.
- అన్ని విద్యార్థులకు సమానత్వం మరియు ప్రాప్యతను ప్రోత్సహించే ఆధారాలపై ఆధారపడిన విధానాలకు వాదించడం.

అధ్యాయం 4: అన్ని మనస్సుల కోసం రూపొందించడం: ప్రాప్యతగల నేర్పు వాతావరణాలు సృష్టించడం

- సమ్మిళిత తరగతి గదుల కోసం యూనివర్సల్ డిజైన్ ఫర్ లెర్నింగ్ (UDL) ను ఒక ఫ్రేమ్‌వర్క్‌గా పరిచయం చేయడం.
- విభిన్న నేర్పరితనాలకు మద్దతు ఇచ్చేందుకు విభిన్న సూచనలు, సాధారణ నేర్పు సాధనాలు మరియు సాంకేతికతను పరిశీలించడం.
- సమ్మిళిత తరగతి గది రూపకల్పన మరియు సంస్థ యొక్క ఆచరణాత్మక ఉదాహరణలను అందించడం.

అధ్యాయం 5: ఉపాధ్యాయులను సాధికారత చేయడం: సమ్మిళిత మనస్తత్వాలు మరియు నైపుణ్యాలను పెంపొందించడం

- సమ్మిళితత్వాన్ని ప్రోత్సహించడంలో ఉపాధ్యాయుల శిక్షణ మరియు వృత్తిపరమైన అభివృద్ధి యొక్క ప్రాముఖ్యతను చర్చించడం.
- ఉపాధ్యాయులలో సమ్మిళిత వైఖరులు, సాంస్కృతిక నైపుణ్యం మరియు బోధన నైపుణ్యాలను అభివృద్ధి చేయడానికి వ్యూహాలను పరిశీలించడం.
- సమ్మిళిత వాతావరణంలో పనిచేసే ఉపాధ్యాయులకు వనరులు మరియు మద్ధతు వ్యవస్థలను అందించడం.

అధ్యాయం 6: తరగతి గోడలకు అవతల: సహకార భాగస్వామ్యాలను నిర్మించడం

- సమ్మిళితత్వాన్ని మద్ధతు ఇవ్వడంలో కుటుంబాలు, పాఠశాలలు మరియు సమాజాల మధ్య సహకారం యొక్క కీలక పాత్రను హైలైట్ చేయడం.
- ప్రభావవంతమైన సహకారం మరియు కమ్యూనికేషన్ యొక్క వివిధ నమూనాలను చర్చించడం.
- వికలాంగులైన విద్యార్థులు మరియు వారి కుటుంబాలకు ఉపయోగపడిన విజయవంతమైన భాగస్వామ్యాల ఉదాహరణలను అందించడం.

అధ్యాయం 7: వైవిధ్యాలను జరుపుకుంటూ: సామాజిక మరియు భావోద్వేగ సమ్మిళితత్వాన్ని పెంపొందించడం

- సమ్మిళిత విద్యలో సామాజిక మరియు భావోద్వేగ నేర్పు (SEL) యొక్క ప్రాముఖ్యతను నొక్కిచెప్పడం.
- అన్ని విద్యార్థుల కోసం సానుకూల సహచరుల సంబంధాలు, సానుభూతి మరియు అనుబంధత భావాన్ని పెంపొందించడానికి వ్యూహాలను చర్చించడం.
- సమ్మిళిత వాతావరణంలో బెదిరింపులు మరియు వివక్షత సమస్యలను మరియు వాటిని ఎలా నిరోధించాలో చర్చించడం.

అధ్యాయం 8: అడ్డంకులను ఛేదించడం: సవాళ్లు మరియు అడ్డంకులను అధిగమించడం

- వనరుల పరిమితులు, ప్రతికూల వైఖరులు మరియు అవగాహన లేకపోవడం వంటి సమ్మిళిత పద్ధతులను అమలు చేయడంలో ఎదురయ్యే సాధారణ సవాళ్లను విశ్లేషించడం.
- ఈ సవాళ్లను అధిగమించడానికి మరియు సుస్థిరాబల సమ్మిళిత పద్ధతులను ప్రోత్సహించడానికి నవీన పరిష్కారాలు మరియు వ్యూహాలను పరిశీలించడం.
- సమ్మిళితత్వాన్ని సాధించడానికి అడ్డంకులను అధిగమించిన విద్యార్థులు, ఉపాధ్యాయులు మరియు కుటుంబాల నుండి స్థిరత్వం మరియు నిర్ణయం యొక్క కథలను పంచుకోవడం.

అధ్యాయం 9: భవిష్యత్తు దృష్టి: సమ్మిళితత్వం వైపు కాకుండా పరివర్తన వైపు

- వ్యక్తులకు మరియు మొత్తం సమాజానికి సమ్మిళిత విద్య యొక్క రూపాంతరకర ప్రభావాన్ని చర్చించడం.

- సమ్మిళిత పద్ధతులను మరింత పెంచే భవిష్యత్తు ధోరణులు మరియు నవీనతలను పరిశీలించడం.

- అందరూ సమ్మిళిత నేర్పు వాతావరణంలో విజయవంతమవుతారు మరింత ప్రపంచాన్ని నిర్మించడానికి నిరంతర వాదన, పరిశోధన మరియు సహకారానికి పిలుపు.

Chapter 1: Unlocking Potential: Unveiling the Power of Inclusion

అధ్యాయం 1: సామర్థ్యాల తాళాలు తీయడం: సమ్మిళితత్వం యొక్క శక్తిని బయటపెట్టడం

సమ్మిళిత విద్య

సమ్మిళిత విద్య అనేది విద్యార్థులకు వివిధ రకాల జ్ఞానం, నైపుణ్యాలు మరియు వనరులను అందించే ఒక విద్యా విధానం. ఇది విద్యార్థులను సమగ్రంగా అభివృద్ధి చేయడానికి మరియు సమాజంలో సక్రియ పాత్ర పోషించడానికి సహాయపడుతుంది.

సమ్మిళిత విద్య యొక్క నిర్వచనం

సమ్మిళిత విద్యను వివిధ రకాలుగా నిర్వచించవచ్చు. ఒక నిర్వచనం ప్రకారం, సమ్మిళిత విద్య అనేది "వివిధ విషయాల మధ్య సంబంధాలను గుర్తించడానికి మరియు అర్థం చేసుకోవడానికి విద్యార్థులను అనుమతించే ఒక విద్యా విధానం." మరొక నిర్వచనం ప్రకారం, సమ్మిళిత విద్య అనేది "విద్యార్థులకు వివిధ రకాల జ్ఞానం, నైపుణ్యాలు మరియు వనరులను అందించే ఒక విద్యా విధానం, ఇది వారిని సమగ్రంగా అభివృద్ధి చేయడానికి మరియు సమాజంలో సక్రియ పాత్ర పోషించడానికి సహాయపడుతుంది."

సమ్మిళిత విద్య యొక్క ప్రధాన విలువలు

సమ్మిళిత విద్యకు అనేక ప్రధాన విలువలు ఉన్నాయి. వాటిలో కొన్ని:

- సమగ్రత: సమ్మిళిత విద్య విద్యార్థులకు వివిధ రకాల జ్ఞానం, నైపుణ్యాలు మరియు వనరులను అందించడం ద్వారా వారిని సమగ్రంగా అభివృద్ధి చేయడానికి సహాయపడుతుంది.
- సంబంధం: సమ్మిళిత విద్య వివిధ విషయాల మధ్య సంబంధాలను గుర్తించడానికి మరియు అర్థం చేసుకోవడానికి విద్యార్థులను అనుమతిస్తుంది.
- సమానత్వం: సమ్మిళిత విద్య అన్ని విద్యార్థులకు ఒకే అవకాశాలను అందించడం ద్వారా సమానత్వాన్ని ప్రోత్సహిస్తుంది.
- సహకారం: సమ్మిళిత విద్య విద్యార్థులను సహకారం మరియు సహకారంపై దృష్టి పెట్టడం ద్వారా సమాజంలో సక్రియ పాత్ర పోషించడానికి సిద్ధం చేస్తుంది.

సమ్మిళిత విద్య యొక్క ప్రయోజనాలు

సమ్మిళిత విద్య అనేక ప్రయోజనాలను కలిగి ఉంది. వాటిలో కొన్ని:

- విద్యార్థుల శిక్షణను మెరుగుపరుస్తుంది: సమ్మిళిత విద్య విద్యార్థులకు వివిధ రకాల జ్ఞానం, నైపుణ్యాలు మరియు వనరులను అందించడం ద్వారా వారి శిక్షణను మెరుగుపరుస్తుంది.
- విద్యార్థుల సృజనాత్మకతను ప్రోత్సహిస్తుంది: సమ్మిళిత విద్య విద్యార్థులను వివిధ దృక్కోణాలను పరిగణించడానికి

మరియు కొత్త ఆలోచనలను రూపొందించడానికి ప్రోత్సహిస్తుంది.

వికలాంగులైన విద్యార్థులకు మరియు వారి సాధారణ సహచరులకు సమ్మిళితత్వం యొక్క ప్రయోజనాలు

సమ్మిళిత విద్య అనేది వివిధ నైపుణ్యాలు మరియు అవసరాలను కలిగిన విద్యార్థులను ఒకే తరగతి గదిలో విద్యనందించే విధానం. ఇది వికలాంగులైన విద్యార్థులకు మరియు వారి సాధారణ సహచరులకు అనేక ప్రయోజనాలను అందిస్తుంది.

వికలాంగులైన విద్యార్థులకు సమ్మిళితత్వం యొక్క ప్రయోజనాలు

వికలాంగులైన విద్యార్థులకు సమ్మిళిత విద్య అనేక ప్రయోజనాలను అందిస్తుంది. వీటిలో కొన్ని:

- సమాన అవకాశాలు: సమ్మిళిత విద్య అన్ని విద్యార్థులకు ఒకే అవకాశాలను అందిస్తుంది, అవి వికలాంగులైనవారైనా లేదా కాకపోయినా. ఇది వికలాంగులైన విద్యార్థులకు సామాజిక మరియు ఆర్థిక సమానత్వాన్ని సాధించడంలో సహాయపడుతుంది.

- సామాజిక అభివృద్ధి: సమ్మిళిత విద్య వికలాంగులైన విద్యార్థులను సామాజికంగా అభివృద్ధి చెందడంలో సహాయపడుతుంది. ఇది వారికి విభిన్న వ్యక్తులతో సంబంధాలు పెట్టుకోవడం మరియు సహకారంతో పనిచేయడం నేర్పిస్తుంది.

- విద్యను మెరుగుపరచడం: సమ్మిళిత విద్య వికలాంగులైన విద్యార్థుల విద్యను మెరుగుపరచడంలో సహాయపడుతుంది. ఇది వారికి వివిధ దృక్కోణాలను పరిగణించడం మరియు కొత్త ఆలోచనలను రూపొందించడం నేర్పిస్తుంది.

సాధారణ విద్యార్థులకు సమ్మిళితత్వం యొక్క ప్రయోజనాలు

సాధారణ విద్యార్థులకు కూడా సమ్మిళిత విద్య అనేక ప్రయోజనాలను అందిస్తుంది. వీటిలో కొన్ని:

- సహనం మరియు అవగాహన: సమ్మిళిత విద్య సాధారణ విద్యార్థులను వికలాంగుల గురించి మరింత అవగాహన పెంచడంలో సహాయపడుతుంది. ఇది వారికి సహనం మరియు అవగాహనను పెంపొందించడంలో సహాయపడుతుంది.

- సామాజిక నైపుణ్యాలు: సమ్మిళిత విద్య సాధారణ విద్యార్థులకు సామాజిక నైపుణ్యాలను అభివృద్ధి చేయడంలో సహాయపడుతుంది. ఇది వారికి విభిన్న వ్యక్తులతో సంబంధాలు పెట్టుకోవడం మరియు సహకారంతో పనిచేయడం నేర్పిస్తుంది.

- సమాజంలో సక్రియ పాత్ర పోషించడానికి సిద్ధం: సమ్మిళిత విద్య సాధారణ విద్యార్థులను సమాజంలో సక్రియ పాత్ర పోషించడానికి సిద్ధం చేస్తుంది.

వివిధ తరగతులలో విజయవంతమైన సమ్మిళితత్వం యొక్క స్ఫూర్తిదాయక కథలు

సమ్మిళిత విద్య అనేది వివిధ నైపుణ్యాలు మరియు అవసరాలను కలిగిన విద్యార్థులను ఒకే తరగతి గదిలో విద్యనందించే విధానం. ఇది వికలాంగులైన విద్యార్థులకు మరియు వారి సాధారణ సహచరులకు అనేక ప్రయోజనాలను అందిస్తుంది.

వివిధ తరగతులలో విజయవంతమైన సమ్మిళితత్వం యొక్క అనేక స్ఫూర్తిదాయక కథలు ఉన్నాయి. ఇక్కడ కొన్ని ఉదాహరణలు ఉన్నాయి:

ఒక చిన్న పట్టణంలోని ఒక పాఠశాలలో, ఒక వికలాంగ విద్యార్థి తన తోటి విద్యార్థులతో సహకారంతో ఒక స్కూల్ నాటకంలో ప్రధాన పాత్ర పోషించాడు. ఈ అనుభవం అతనికి తన సామర్థ్యాలపై నమ్మకాన్ని పెంపొందించడంలో మరియు సమాజంలో సక్రియ పాత్ర పోషించడానికి సిద్ధం చేయడంలో సహాయపడింది.

ఒక పెద్ద నగరంలోని ఒక పాఠశాలలో, ఒక వికలాంగ విద్యార్థి తన తోటి విద్యార్థులతో కలిసి ఒక శాస్త్ర పోటీలో విజయం సాధించాడు. ఈ విజయం అతనికి తన సామర్థ్యాలను ప్రపంచంతో పంచుకోవడానికి మరియు ఇతరులకు స్ఫూర్తినిచ్చేందుకు సహాయపడింది.

ఒక గ్రామీణ ప్రాంతంలోని ఒక పాఠశాలలో, ఒక వికలాంగ విద్యార్థి తన తోటి విద్యార్థులతో కలిసి ఒక సామాజిక సేవా ప్రాజెక్టును నడిపించాడు. ఈ ప్రాజెక్టు అతనికి తన

సమాజానికి తిరిగి ఇవ్వడానికి మరియు మంచి మార్పును తీసుకురావడానికి సహాయపడింది.

ఈ కథలు సమ్మిళిత విద్య ఎలా వికలాంగులైన విద్యార్థులకు మరియు వారి సాధారణ సహచరులకు ప్రయోజనం చేకూరుస్తుందో చూపిస్తాయి. ఇది వికలాంగులైన విద్యార్థులకు సమాన అవకాశాలను అందిస్తుంది, వారి సామాజిక నైపుణ్యాలను అభివృద్ధి చేస్తుంది మరియు వారిని సమాజంలో సక్రియ పాత్ర పోషించడానికి సిద్ధం చేస్తుంది.

వివిధ తరగతులలో విజయవంతమైన సమ్మిళిత విద్యను సాధించడానికి, కింది అంశాలపై దృష్టి పెట్టడం ముఖ్యం:

సహకారం మరియు సహనాన్ని ప్రోత్సహించడానికి పాఠశాలలకు ఒక నిర్మాణాత్మక వాతావరణాన్ని సృష్టించడం.

వికలాంగులైన విద్యార్థుల అవసరాలను తీర్చడానికి వనరులను అందుబాటులో ఉంచడం.

విద్యార్థులు, ఉపాధ్యాయులు మరియు తల్లిదండ్రుల మధ్య సమన్వయాన్ని నిర్ధారించడం.

Chapter 2: Building Bridges: Laying the Foundation for Inclusive Schools

అధ్యాయం 2: వంతెలు నిర్మించడం: సమ్మిళిత పాఠశాలలకు పునాది వేయడం

సమ్మిళితత్వాన్ని పురికొల్పే తాత్విక మరియు విద్యాపరమైన సూత్రాలు

సమ్మిళిత విద్య అనేది వివిధ నైపుణ్యాలు మరియు అవసరాలను కలిగిన విద్యార్థులను ఒకే తరగతి గదిలో విద్యనందించే విధానం. ఇది వికలాంగులైన విద్యార్థులకు మరియు వారి సాధారణ సహచరులకు అనేక ప్రయోజనాలను అందిస్తుంది.

సమ్మిళిత విద్యను పురికొల్పడానికి, తాత్విక మరియు విద్యాపరమైన సూత్రాలను అర్థం చేసుకోవడం ముఖ్యం. ఈ సూత్రాలు సమ్మిళిత విద్య యొక్క ప్రాముఖ్యతను మరియు దానిని సమర్థవంతంగా అమలు చేయడానికి అవసరమైన అంశాలను తెలియజేస్తాయి.

తాత్విక సూత్రాలు

సమ్మిళిత విద్యను పురికొల్పే కొన్ని ముఖ్యమైన తాత్విక సూత్రాలు ఇక్కడ ఉన్నాయి:

- సమానత్వం: సమ్మిళిత విద్య అన్ని విద్యార్థులకు ఒకే అవకాశాలను అందిస్తుంది. ఇది వికలాంగులైన విద్యార్థులకు సమానత్వాన్ని మరియు గౌరవాన్ని ప్రోత్సహిస్తుంది.

- సహకారం: సమ్మిళిత విద్య విభిన్న వ్యక్తుల మధ్య సహకారాన్ని ప్రోత్సహిస్తుంది. ఇది విద్యార్థులకు విభిన్న దృక్కోణాలను అర్థం చేసుకోవడం మరియు సహజీవనం చేయడం నేర్పిస్తుంది.

- సహనం: సమ్మిళిత విద్య విద్యార్థులకు సహనాన్ని మరియు అవగాహనను పెంపొందించడంలో సహాయపడుతుంది. ఇది విభిన్నతను గౌరవించడం మరియు అందరితో సామరస్యంగా ఉండటం నేర్పిస్తుంది.

విద్యాపరమైన సూత్రాలు

సమ్మిళిత విద్యను పురికొల్పే కొన్ని ముఖ్యమైన విద్యాపరమైన సూత్రాలు ఇక్కడ ఉన్నాయి:

- అనుగుణత: సమ్మిళిత విద్య విద్యార్థుల అవసరాలకు అనుగుణంగా ఉండాలి. ఇది వికలాంగులైన విద్యార్థులకు వారి అవసరాలను తీర్చడానికి సహాయపడుతుంది.

- వైవిధ్యం: సమ్మిళిత విద్య విద్యార్థుల మధ్య వైవిధ్యాన్ని ప్రోత్సహించాలి. ఇది విద్యార్థులకు విభిన్న దృక్కోణాలను అర్థం చేసుకోవడానికి మరియు సహజీవనం చేయడం నేర్పిస్తుంది.

- సహకారం: సమ్మిళిత విద్య విద్యార్థుల మధ్య సహకారాన్ని ప్రోత్సహించాలి. ఇది విద్యార్థులకు కలిసి పనిచేయడం మరియు సాధించడం నేర్పిస్తుంది.

ఈ తాత్విక మరియు విద్యాపరమైన సూత్రాలను అర్థం చేసుకోవడం మరియు అమలు చేయడం వల్ల సమ్మిళిత విద్యను మరింత సమర్థవంతంగా చేయడంలో సహాయపడుతుంది.

సమ్మిళిత వాతావరణాన్ని పెంపొందించడంలో పాఠశాల నాయకత్వం మరియు సంస్కృతి యొక్క పాత్ర

సమ్మిళిత విద్య అనేది వివిధ నైపుణ్యాలు మరియు అవసరాలను కలిగిన విద్యార్థులను ఒకే తరగతి గదిలో విద్యనందించే విధానం. ఇది వికలాంగులైన విద్యార్థులకు మరియు వారి సాధారణ సహచరులకు అనేక ప్రయోజనాలను అందిస్తుంది.

సమ్మిళిత విద్యను విజయవంతంగా అమలు చేయడానికి, పాఠశాల నాయకత్వం మరియు సంస్కృతి యొక్క ముఖ్యమైన పాత్ర ఉంది.

పాఠశాల నాయకత్వం

పాఠశాల నాయకత్వం సమ్మిళిత విద్యను పెంపొందించడంలో కీలక పాత్ర పోషిస్తుంది. పాఠశాల ప్రిన్సిపల్, ఉపాధ్యాయులు మరియు ఇతర కార్యకర్తలు సమ్మిళిత విద్య యొక్క ప్రాముఖ్యతను అర్థం చేసుకోవాలి మరియు దానిని విజయవంతంగా అమలు చేయడానికి కట్టుబడి ఉండాలి.

పాఠశాల నాయకత్వం చేయగలిగే కొన్ని విషయాలు ఇక్కడ ఉన్నాయి:

- సమ్మిళిత విద్య యొక్క ప్రాముఖ్యత గురించి పాఠశాల సమాజంలో అవగాహన పెంచుకోండి.
- సమ్మిళిత విద్య అమలుకు అవసరమైన వనరులను కేటాయించండి.

- సమ్మిళిత విద్యకు సంబంధించిన ఉపాధ్యాయులకు శిక్షణ ఇవ్వండి.
- సమ్మిళిత విద్యను అమలు చేయడంలో పాఠశాల సంస్కృతిని ప్రోత్సహించండి.

పాఠశాల సంస్కృతి

పాఠశాల సంస్కృతి సమ్మిళిత విద్యను పెంపొందించడంలో కూడా ముఖ్యమైన పాత్ర పోషిస్తుంది. సమ్మిళిత విద్యను విజయవంతంగా అమలు చేయడానికి, పాఠశాల సంస్కృతి సహనం, గౌరవం మరియు సహకారాన్ని ప్రోత్సహించాలి.

పాఠశాల సంస్కృతిని మార్చడానికి పాఠశాల నాయకత్వం చేయగలిగే కొన్ని విషయాలు ఇక్కడ ఉన్నాయి:

- సమ్మిళిత విద్య యొక్క ప్రాముఖ్యతను ప్రోత్సహించే విద్యా కోర్సులు మరియు కార్యక్రమాలను అందించండి.
- సమ్మిళిత విద్య గురించి అవగాహన పెంచడానికి ఉపాధ్యాయులు, విద్యార్థులు మరియు తల్లిదండ్రులకు అవకాశాలను అందించండి.
- సమ్మిళిత విద్యను ప్రోత్సహించే కార్యకలాపాలు మరియు కార్యక్రమాలను నిర్వహించండి.

**సమ్మిళిత వాతావరణాన్ని పెంపొందించడంలో పాఠశాల నాయకత్వం మరియు సంస్కృతి యొక్క ప్రాముఖ్యతను అర్థం చేసుకోవడం చాలా ముఖ్యం.

విద్యావేత్తలు, కుటుంబాలు మరియు సమాజాల మధ్య సహకార ప్రణాళిక మరియు నిర్ణయం తీసుకోవడానికి నమూనాలు

విద్య అనేది ఒక సామూహిక ప్రయత్నం. విద్యావేత్తలు, కుటుంబాలు మరియు సమాజాల మధ్య సహకారం లేకుండా, విద్యార్థులకు అత్యుత్తమ ఫలితాలను సాధించడం సాధ్యం కాదు.

సహకార ప్రణాళిక మరియు నిర్ణయం తీసుకోవడం అనేది ఈ మూడు పక్షాల మధ్య సంభాషణ మరియు సహకారాన్ని ప్రోత్సహించే ఒక ప్రక్రియ. ఇది విద్యార్థుల అవసరాలను మరింత సమర్థవంతంగా అర్థం చేసుకోవడానికి మరియు వారి విద్యను మెరుగుపరచడానికి మార్గాలను కనుగొనడానికి సహాయపడుతుంది.

సహకార ప్రణాళిక మరియు నిర్ణయం తీసుకోవడానికి అనేక నమూనాలు ఉన్నాయి. కొన్ని సాధారణ నమూనాలు ఇక్కడ ఉన్నాయి:

- సహకార కార్యాచరణ కమిటీలు: ఈ కమిటీలు విద్యావేత్తలు, కుటుంబాలు మరియు సమాజ ప్రతినిధులను కలిగి ఉంటాయి. వారు విద్యా విధానాలు మరియు కార్యక్రమాలను అభివృద్ధి చేయడానికి మరియు అమలు చేయడానికి కలిసి పనిచేస్తారు.
- పేరెంట్-టీచర్ అసోసియేషన్లు (PTAలు): PTAలు విద్యార్థుల శ్రేయస్సు కోసం పనిచేసే తల్లిదండ్రుల సంస్థలు. వారు పాఠశాలలతో సహకరించడానికి మరియు విద్యార్థులకు మద్దతు ఇవ్వడానికి అనేక విధాలుగా పనిచేస్తారు.

సమాజ సభ్యత్వం: పాఠశాలలు తమ సమాజాలతో బలమైన సంబంధాలను కలిగి ఉండటం చాలా ముఖ్యం. వారు సమాజం నుండి విరాళాలు మరియు స్వచ్ఛంద సేవను పొందడానికి ఈ సంబంధాలను ఉపయోగించవచ్చు.

సహకార ప్రణాళిక మరియు నిర్ణయం తీసుకోవడం అనేక ప్రయోజనాలను కలిగి ఉంది. ఇది విద్యార్థులకు మెరుగైన ఫలితాలను సాధించడంలో సహాయపడుతుంది, ఇది విద్యావేత్తలు మరియు కుటుంబాల మధ్య సంబంధాలను మెరుగుపరుస్తుంది మరియు సమాజంలో విద్య యొక్క ప్రాముఖ్యతను పెంచుతుంది.

సహకార ప్రణాళిక మరియు నిర్ణయం తీసుకోవడాన్ని విజయవంతంగా అమలు చేయడానికి కొన్ని సలహాలు ఇక్కడ ఉన్నాయి:

అన్ని పక్షాలను ప్రక్రియలో చేర్చండి. విద్యావేత్తలు, కుటుంబాలు మరియు సమాజ ప్రతినిధులందరూ ప్రణాళిక మరియు నిర్ణయం తీసుకోవడంలో పాల్గొనడం ముఖ్యం.

Chapter 3: Charting the Course: Navigating the Policy Landscape

అధ్యాయం 3: మార్గాన్ని రూపొందించడం: విధానాల దృశ్యాన్ని నావిగేట్ చేయడం

సమ్మిళిత విద్యను మద్దతు ఇచ్చే అంతర్జాతీయ మరియు జాతీయ న్యాయ ఫ్రేమ్‌వర్క్‌లు

సమ్మిళిత విద్య అనేది వివిధ నైపుణ్యాలు మరియు అవసరాలను కలిగిన విద్యార్థులను ఒకే తరగతి గదిలో విద్యనందించే విధానం. ఇది వికలాంగులైన విద్యార్థులకు మరియు వారి సాధారణ సహచరులకు అనేక ప్రయోజనాలను అందిస్తుంది.

సమ్మిళిత విద్యను మద్దతు ఇచ్చే అనేక అంతర్జాతీయ మరియు జాతీయ న్యాయ ఫ్రేమ్‌వర్క్‌లు ఉన్నాయి. ఈ ఫ్రేమ్ వర్క్‌లు సమ్మిళిత విద్యను ఒక విద్యార్థి యొక్క హక్కుగా గుర్తిస్తాయి మరియు దానిని అమలు చేయడానికి ప్రభుత్వాలను బాధ్యస్థులను చేస్తాయి.

అంతర్జాతీయ న్యాయ ఫ్రేమ్‌వర్క్‌లు

- విద్యపై అంతర్జాతీయ సమావేశం (1960): ఈ సమావేశం ప్రతి విద్యార్థికి సమానమైన విద్యా అవకాశాలను కల్పించే హక్కును గుర్తిస్తుంది.
- వికలాంగుల హక్కుల అంతర్జాతీయ ఒప్పందం (1993): ఈ ఒప్పందం వికలాంగులకు విద్యపై సమానమైన అవకాశాలను కల్పించే హక్కును గుర్తిస్తుంది.

- అసమానతల నిర్మూలనపై అంతర్జాతీయ ఒప్పందం (1965): ఈ ఒప్పందం అసమానతలను నిర్మూలించడంలో విద్య యొక్క పాత్రను గుర్తిస్తుంది.

జాతీయ న్యాయ ఫ్రేమ్‌వర్క్‌లు

- భారతదేశంలో, సమ్మిళిత విద్యను రాజ్యాంగం భాగస్వామ్య భావం మరియు జాతీయ సమైక్యత యొక్క ప్రాముఖ్యతను గుర్తిస్తుంది.
- అమెరికాలో, సమ్మిళిత విద్యను 1975 చైల్డ్ హెల్ప్ అండ్ హ్యాబిలిటేషన్ అక్ట్ (IDEA) ద్వారా నిర్ధారించబడింది.
- యునైటెడ్ కింగ్‌డమ్‌లో, సమ్మిళిత విద్యను 1996 విద్యా చట్టం ద్వారా నిర్ధారించబడింది.

సమ్మిళిత విద్యను అమలు చేయడానికి ఈ ఫ్రేమ్‌వర్క్‌లు ప్రభుత్వాలకు కొన్ని అవసరాలను విధిస్తాయి. ఈ అవసరాలలో కొన్ని:

- ప్రతి విద్యార్థి యొక్క అవసరాలను అర్థం చేసుకోవడానికి మరియు వారి అవసరాలను తీర్చడానికి పాఠశాలలకు సహాయం చేయడానికి వనరులను కేటాయించడం.
- విద్యార్థులకు సహకారం మరియు సహనాన్ని ప్రోత్సహించడానికి పాఠశాలలను ప్రోత్సహించడం.

నిధులు, వనరులు మరియు సమ్మిళితత్వానికి ఉపాధ్యాయుల మద్దతుపై విధానాల ప్రభావం

సమ్మిళిత విద్య అనేది వివిధ నైపుణ్యాలు మరియు అవసరాలను కలిగిన విద్యార్థులను ఒకే తరగతి గదిలో విద్యనందించే విధానం. ఇది వికలాంగులైన విద్యార్థులకు మరియు వారి సాధారణ సహచరులకు అనేక ప్రయోజనాలను అందిస్తుంది.

సమ్మిళిత విద్యను విజయవంతంగా అమలు చేయడానికి, పాఠశాలలకు సరైన నిధులు మరియు వనరులు అవసరం. పాఠశాలలు వికలాంగుల విద్యార్థుల అవసరాలను తీర్చడానికి అవసరమైన సాంకేతికత, సౌకర్యాలు మరియు సిబ్బందిని కలిగి ఉండాలి.

సమ్మిళిత విద్యను కూడా విద్యార్థులు మరియు ఉపాధ్యాయుల మద్దతు అవసరం. విద్యార్థులు విభిన్న నైపుణ్యాలు మరియు అవసరాలను కలిగిన విద్యార్థులతో కలిసి పని చేయడానికి సిద్ధంగా ఉండాలి. ఉపాధ్యాయులు వికలాంగుల విద్యార్థులను బోధించడానికి అవసరమైన నైపుణ్యాలు మరియు సామర్థ్యాలను కలిగి ఉండాలి.

నిధులు మరియు వనరులు

సమ్మిళిత విద్యను అమలు చేయడానికి పాఠశాలలకు సరైన నిధులు మరియు వనరులు అవసరం. ఈ వనరులు వికలాంగుల విద్యార్థుల అవసరాలను తీర్చడానికి అవసరమైన సాంకేతికత, సౌకర్యాలు మరియు సిబ్బందిని కలిగి ఉండాలి.

నిధుల కొరత

నిధుల కొరత సమ్మిళిత విద్యను అమలు చేయడానికి ఒక ప్రధాన అవరోధం. పాఠశాలలు వికలాంగుల విద్యార్థుల అవసరాలను తీర్చడానికి అవసరమైన సాంకేతికత, సౌకర్యాలు మరియు సిబ్బందిని కొనుగోలు చేయడానికి తగిన నిధులు లేకపోతే, సమ్మిళిత విద్యను విజయవంతంగా అమలు చేయడం కష్టం.

వనరుల కొరత

వనరుల కొరత కూడా సమ్మిళిత విద్యను అమలు చేయడానికి ఒక ప్రధాన అవరోధం. పాఠశాలలు వికలాంగుల విద్యార్థులను బోధించడానికి అవసరమైన శిక్షణ, మద్దతు మరియు సహాయక సౌకర్యాలను అందించడానికి తగిన వనరులు లేకపోతే, సమ్మిళిత విద్యను విజయవంతంగా అమలు చేయడం కష్టం.

నిధులు మరియు వనరులుపై విధానాల ప్రభావం

నిధులు మరియు వనరులపై విధానాలు సమ్మిళిత విద్యను అమలు చేయడంపై గణనీయమైన ప్రభావాన్ని చూపుతాయి.

అన్ని విద్యార్థులకు సమానత్వం మరియు ప్రాప్యతను ప్రోత్సహించే ఆధారాలపై ఆధారపడిన విధానాలకు వాదన

విద్య అనేది ప్రతి ఒక్కరికీ సమానమైన అవకాశాలను అందించే ఒక శక్తివంతమైన సాధనం. ఇది విద్యార్థులకు వారి సామర్థ్యాలను పూర్తిగా అభివృద్ధి చేయడానికి మరియు సమాజంలో విజయవంతం కావడానికి సహాయపడుతుంది. అయితే, అన్ని విద్యార్థులు సమానమైన అవకాశాలను పొందడంలో విఫలమవుతారు. కొంతమంది విద్యార్థులు వారి భౌతిక లేదా మానసిక అవసరాల కారణంగా ప్రత్యేక సహాయం అవసరం. ఈ విద్యార్థులకు సమానమైన అవకాశాలను అందించడానికి, విద్యా విధానాలు ఆధారాలపై ఆధారపడాలి.

ఆధారాలపై ఆధారపడిన విధానాలు అనేవి శాస్త్రీయ పరిశోధనల ఆధారంగా రూపొందించబడిన విధానాలు. ఈ విధానాలు విద్యార్థుల ఫలితాలను మెరుగుపరచడంలో సమర్థవంతమైనవిగా నిరూపించబడ్డాయి. అవి విద్యార్థుల అవసరాలను తీర్చడానికి మరియు సమానత్వాన్ని ప్రోత్సహించడానికి సహాయపడతాయి.

ఆధారాలపై ఆధారపడిన విధానాలు అన్ని విద్యార్థులకు సమానత్వం మరియు ప్రాప్యతను ప్రోత్సహించడానికి అనేక విధాలుగా సహాయపడతాయి. మొదట, అవి విద్యార్థుల అవసరాలను మరింత సమర్థవంతంగా అర్థం చేసుకోవడంలో సహాయపడతాయి. శాస్త్రీయ పరిశోధనలు విద్యార్థుల ఫలితాలను ప్రభావితం చేసే అనేక అంశాలను గుర్తించాయి. ఈ అంశాలను అర్థం చేసుకోవడం ద్వారా, విద్యా విధానాలు విద్యార్థులకు అవసరమైన సహాయాన్ని అందించడానికి మరింత సమర్థవంతంగా ఉండవచ్చు.

రెండవది, ఆధారాలపై ఆధారపడిన విధానాలు విద్యార్థుల ఫలితాలను మెరుగుపరచడానికి సమర్థవంతమైనవిగా నిరూపించబడ్డాయి. అనేక పరిశోధనలు ఆధారాలపై ఆధారపడిన విధానాలు విద్యార్థుల ఫలితాలను మెరుగుపరచడంలో సహాయపడతాయని కనుగొన్నాయి. ఉదాహరణకు, ఒక అధ్యయనం ప్రకారం, ఆధారాలపై ఆధారపడిన వ్యక్తిగతీకరణ విద్యార్థుల ఫలితాలను 40% వరకు మెరుగుపరచగలదు.

మూడవది, ఆధారాలపై ఆధారపడిన విధానాలు విద్యార్థులకు సమాన అవకాశాలను అందించడంలో సహాయపడతాయి. ఈ విధానాలు అన్ని విద్యార్థుల అవసరాలను తీర్చడానికి ఉద్దేశించబడినవి.

Chapter 4: Designing for All Minds: Creating Accessible Learning Environments

అధ్యాయం 4: అన్ని మనస్సుల కోసం రూపొందించడం: ప్రాప్యతగల నేర్పు వాతావరణాలు సృష్టించడం

సమ్మిళిత తరగతి గదుల కోసం యూనివర్సల్ డిజైన్ ఫర్ లెర్నింగ్ (UDL) ను ఒక ఫ్రేమ్‌వర్క్‌గా పరిచయం చేయడం

సమ్మిళిత తరగతి గదులు అనేవి వివిధ నైపుణ్యాలు మరియు అవసరాలను కలిగిన విద్యార్థులను ఒకే చోట చేర్చే తరగతి గదులు. ఈ తరగతి గదులు వికలాంగులైన విద్యార్థులకు మరియు వారి సాధారణ సహచరులకు అనేక ప్రయోజనాలను అందిస్తాయి.

యూనివర్సల్ డిజైన్ ఫర్ లెర్నింగ్ (UDL) అనేది విద్యను అన్ని విద్యార్థులకు అందుబాటులో ఉంచేందుకు ఉద్దేశించిన ఒక ఫ్రేమ్‌వర్క్. UDL యొక్క మూడు ప్రాథమిక సూత్రాలు ఉన్నాయి:

- చెందిన భావన: అన్ని విద్యార్థులు తమను తాము సంబంధితంగా భావించే విద్యను అందుకోవాలి.

- అర్థం చేసుకోవడం: అన్ని విద్యార్థులు కొత్త విషయాలను అర్థం చేసుకోగల విద్యను అందుకోవాలి.

- సృజనాత్మకత: అన్ని విద్యార్థులు తమ స్వంత ఆలోచనలు మరియు అభిప్రాయాలను వ్యక్తీకరించగల విద్యను అందుకోవాలి.

UDL ను సమ్మిళిత తరగతి గదుల కోసం ఉపయోగించడం ద్వారా, విద్యార్థుల అవసరాలను తీర్చడానికి మరియు సమగ్ర విద్యను అందించడానికి విద్యావేత్తలు మరియు పాఠశాలలు సహాయపడతాయి.

UDL ను సమ్మిళిత తరగతి గదులలో ఎలా ఉపయోగించవచ్చు?

UDL ను సమ్మిళిత తరగతి గదులలో ఉపయోగించడానికి అనేక మార్గాలు ఉన్నాయి. కొన్ని ఉదాహరణలు ఇక్కడ ఉన్నాయి:

- చెందిన భావనను ప్రోత్సహించడానికి:

  ◦ విద్యార్థులకు వేర్వేరు నైపుణ్యాలు మరియు అవసరాలను కలిగిన విద్యార్థులతో కలిసి పని చేయడానికి అవకాశాలు ఇవ్వండి.

  ◦ విద్యార్థులకు తమ స్వంత సంస్కృతులు మరియు అనుభవాలను పంచుకోవడానికి అవకాశాలు ఇవ్వండి.

  ◦ విద్యార్థులకు తమ స్వంత అభిప్రాయాలు మరియు అభిప్రాయాలను వ్యక్తీకరించడానికి అవకాశాలు ఇవ్వండి.

- అర్థం చేసుకోవడాన్ని ప్రోత్సహించడానికి:

  ◦ విద్యార్థులకు వివిధ అభ్యాస శైలులకు అనుగుణంగా ఉండే సమాచారాన్ని అందించండి.

  ◦ విద్యార్థులకు కొత్త విషయాలను అర్థం చేసుకోవడంలో సహాయపడే సహాయక సాధనాలు మరియు వనరులను అందించండి.

- విద్యార్థులకు వివిధ మార్గాల్లో కొత్త విషయాలను అర్థం చేసుకోవడానికి అవకాశాలు ఇవ్వండి.

విభిన్న నేర్పరితనాలకు మద్దతు ఇచ్చేందుకు విభిన్న సూచనలు, సాధారణ నేర్పు సాధనాలు మరియు సాంకేతికతను పరిశీలించడం

విభిన్న నేర్పరితనాలకు మద్దతు ఇవ్వడం

ప్రతి విద్యార్థి ఒకే విధంగా నేర్చుకోడు. కొంతమంది విద్యార్థులు వినడం ద్వారా ఉత్తమంగా నేర్చుకుంటారు, మరికొందరు చూడటం ద్వారా, మరికొందరు చేయడం ద్వారా. కొంతమంది విద్యార్థులు అధిక స్థాయిలో సహాయం అవసరం, మరికొందరు తక్కువ స్థాయిలో సహాయం అవసరం.

విభిన్న నేర్పరితనాలకు మద్దతు ఇవ్వడం అనేది అన్ని విద్యార్థులకు విజయవంతమైన విద్యను అందించడానికి ముఖ్యం. విభిన్న నేర్పరితనాలకు మద్దతు ఇవ్వడానికి వివిధ సూచనలు, సాధారణ నేర్పు సాధనాలు మరియు సాంకేతికత అందుబాటులో ఉన్నాయి.

విభిన్న సూచనలు

విభిన్న సూచనలు అనేవి విభిన్న నేర్పరితనాలను కలిగిన విద్యార్థులకు అనుగుణంగా ఉండే విధంగా బోధనను అనుకూలీకరించే విధానాలు. విభిన్న సూచనలు వివిధ అభ్యాస శైలులను, నైపుణ్యాల స్థాయిలను మరియు అవసరాలను కలిగి ఉన్న విద్యార్థులను చేర్చుకోవడానికి ఉద్దేశించబడ్డాయి.

విభిన్న సూచనలకు కొన్ని ఉదాహరణలు ఇక్కడ ఉన్నాయి:

- అభ్యాస శైలులను ప్రోత్సహించడం: విద్యార్థులకు వివిధ అభ్యాస శైలులను ఉపయోగించడానికి అవకాశాలు ఇవ్వండి. ఉదాహరణకు, విద్యార్థులను వినడం, చూడటం, చేయడం లేదా వ్రాయడం ద్వారా సమాచారాన్ని అందించండి.

- నైపుణ్యాల స్థాయిలను పరిగణనలోకి తీసుకోవడం: విద్యార్థుల నైపుణ్యాల స్థాయిలకు అనుగుణంగా బోధనను అనుకూలీకరించండి. ఉదాహరణకు, కొంతమంది విద్యార్థులకు మరింత సహాయం అవసరం కావచ్చు, మరికొందరికి తక్కువ సహాయం అవసరం కావచ్చు.

- అవసరాలను పరిగణనలోకి తీసుకోవడం: విద్యార్థుల అవసరాలను పరిగణనలోకి తీసుకోవడానికి బోధనను అనుకూలీకరించండి. ఉదాహరణకు, వికలాంగులైన విద్యార్థులకు అవసరమైన సహాయక సాధనాలు మరియు వనరులను అందించండి.

సాధారణ నేర్పు సాధనాలు

సాధారణ నేర్పు సాధనాలు అనేవి అన్ని విద్యార్థులకు ఉపయోగపడే వివిధ రకాల సాధనాలు మరియు వనరులు.

సమ్మిళిత తరగతి గది రూపకల్పన మరియు సంస్థ

సమ్మిళిత తరగతి గది అనేది వివిధ నైపుణ్యాలు మరియు అవసరాలను కలిగిన విద్యార్థులను ఒకే చోట చేర్చే తరగతి గది. ఈ తరగతి గదులు వికలాంగులైన విద్యార్థులకు మరియు వారి సాధారణ సహచరులకు అనేక ప్రయోజనాలను అందిస్తాయి.

సమ్మిళిత తరగతి గదులను విజయవంతంగా రూపొందించడానికి మరియు నిర్వహించడానికి, ఉపాధ్యాయులు విభిన్న నేర్పరితనాలను కలిగిన విద్యార్థుల అవసరాలను తీర్చడానికి దృష్టి పెట్టాలి. ఈ అవసరాలను తీర్చడానికి, ఉపాధ్యాయులు తరగతి గదిని రూపకల్పన చేయడంలో మరియు సంస్థాగతం చేయడంలో కొన్ని ఆచరణాత్మక దృక్పథాలను ఉపయోగించవచ్చు.

తరగతి గది రూపకల్పన

సమ్మిళిత తరగతి గదిని రూపొందించేటప్పుడు, ఉపాధ్యాయులు క్రింది అంశాలను పరిగణించాలి:

అభ్యాస శైలులను ప్రోత్సహించడం: విద్యార్థులకు వివిధ అభ్యాస శైలులను ఉపయోగించడానికి అవకాశాలు ఇవ్వండి. ఉదాహరణకు, విద్యార్థులకు వినడం, చూడటం, చేయడం లేదా వ్రాయడం ద్వారా సమాచారాన్ని అందించండి.

నైపుణ్యాల స్థాయిలను పరిగణనలోకి తీసుకోవడం: విద్యార్థుల నైపుణ్యాల స్థాయిలకు అనుగుణంగా తరగతి గదిని రూపొందించండి. ఉదాహరణకు, కొంతమంది విద్యార్థులకు

మరింత సహాయం అవసరం కావచ్చు, మరికొందరికి తక్కువ సహాయం అవసరం కావచ్చు.

- అవసరాలను పరిగణనలోకి తీసుకోవడం: విద్యార్థుల అవసరాలను పరిగణనలోకి తీసుకోవడానికి తరగతి గదిని రూపొందించండి. ఉదాహరణకు, వికలాంగులైన విద్యార్థులకు అవసరమైన సహాయక సాధనాలు మరియు వనరులను అందించడానికి తరగతి గదిని అనుకూలీకరించండి.

తరగతి గది సంస్థ

సమ్మిళిత తరగతి గదిని సంస్థాగతం చేస్తున్నప్పుడు, ఉపాధ్యాయులు క్రింది అంశాలను పరిగణించాలి:

- సహకారాన్ని ప్రోత్సహించడం: విద్యార్థులను విభిన్న నైపుణ్యాలు మరియు అవసరాలను కలిగిన విద్యార్థులతో కలిసి పని చేయడానికి ప్రోత్సహించండి.
- వైవిధ్యాన్ని ప్రోత్సహించడం: విద్యార్థులకు వివిధ సంస్కృతులు మరియు అనుభవాల గురించి తెలుసుకోవడానికి అవకాశాలు ఇవ్వండి.

Chapter 5: Empowering Educators: Cultivating Inclusive Mindsets and Skills

అధ్యాయం 5: ఉపాధ్యాయులను సాధికారత చేయడం: సమ్మిళిత మనస్తత్వాలు మరియు నైపుణ్యాలను పెంపొందించడం

సమ్మిళితత్వాన్ని ప్రోత్సహించడంలో ఉపాధ్యాయుల శిక్షణ మరియు వృత్తిపరమైన అభివృద్ధి యొక్క ప్రాముఖ్యత

సమ్మిళిత విద్య అనేది వివిధ నైపుణ్యాలు మరియు అవసరాలను కలిగిన విద్యార్థులను ఒకే తరగతి గదిలో చేర్చే విధానం. సమ్మిళిత విద్య అనేది వికలాంగులైన విద్యార్థులకు మరియు వారి సాధారణ సహచరులకు అనేక ప్రయోజనాలను అందిస్తుంది.

సమ్మిళిత విద్యను విజయవంతంగా అమలు చేయడానికి, ఉపాధ్యాయులకు సమర్థవంతమైన శిక్షణ మరియు వృత్తిపరమైన అభివృద్ధి అవసరం. ఉపాధ్యాయులు విభిన్న నేర్పరితనాలను కలిగిన విద్యార్థుల అవసరాలను అర్థం చేసుకోవడానికి మరియు వారి అవసరాలను తీర్చడానికి అవసరమైన నైపుణ్యాలు మరియు సామర్థ్యాలను అభివృద్ధి చేయడానికి శిక్షణ పొందాలి.

ఉపాధ్యాయుల శిక్షణ

సమ్మిళిత విద్యలో ఉపాధ్యాయుల శిక్షణలో క్రింది అంశాలు ఉండాలి:

- సమ్మిళిత విద్య యొక్క సూత్రాలు మరియు అభ్యాసాలను అర్థం చేసుకోవడం
- విభిన్న నేర్పరితనాలను కలిగిన విద్యార్థుల అవసరాలను అర్థం చేసుకోవడం
- విభిన్న నేర్పరితనాలను కలిగిన విద్యార్థులకు బోధించడానికి సాంకేతికత మరియు సాధనాలను ఉపయోగించడం
- విభిన్న నేర్పరితనాలను కలిగిన విద్యార్థులతో కలిసి పనిచేయడానికి ఉపాధ్యాయుల మధ్య సహకారాన్ని ప్రోత్సహించడం

ఉపాధ్యాయుల వృత్తిపరమైన అభివృద్ధి

సమ్మిళిత విద్యలో ఉపాధ్యాయుల వృత్తిపరమైన అభివృద్ధిలో క్రింది అంశాలు ఉండాలి:

- సమ్మిళిత విద్యపై సమాచారం మరియు పరిశోధనలను అప్ డేట్‌గా ఉంచుకోవడం
- విభిన్న నేర్పరితనాలను కలిగిన విద్యార్థులతో పనిచేయడంలో అనుభవం పొందడం
- విభిన్న నేర్పరితనాలను కలిగిన విద్యార్థులకు బోధించడానికి కొత్త విధానాలు మరియు సాధనాలను అభివృద్ధి చేయడం

సమ్మిళిత విద్యలో ఉపాధ్యాయుల శిక్షణ మరియు వృత్తిపరమైన అభివృద్ధి యొక్క ప్రాముఖ్యత

ఉపాధ్యాయుల శిక్షణ మరియు వృత్తిపరమైన అభివృద్ధి అనేది సమ్మిళిత విద్యను విజయవంతంగా అమలు చేయడానికి ఒక ముఖ్యమైన అంశం.

ఉపాధ్యాయులలో సమ్మిళిత వైఖరులు, సాంస్కృతిక నైపుణ్యం మరియు బోధన నైపుణ్యాలను అభివృద్ధి చేయడానికి వ్యూహాలు

సమ్మిళిత విద్య అనేది వివిధ నైపుణ్యాలు మరియు అవసరాలను కలిగిన విద్యార్థులను ఒకే తరగతి గదిలో చేర్చే విధానం. సమ్మిళిత విద్యను విజయవంతంగా అమలు చేయడానికి, ఉపాధ్యాయులు విభిన్న నేర్పరితనాలను కలిగిన విద్యార్థుల అవసరాలను అర్థం చేసుకోవడానికి మరియు వారి అవసరాలను తీర్చడానికి అవసరమైన నైపుణ్యాలు మరియు సామర్థ్యాలను అభివృద్ధి చేయడానికి శిక్షణ పొందాలి.

ఉపాధ్యాయులలో సమ్మిళిత వైఖరులు, సాంస్కృతిక నైపుణ్యం మరియు బోధన నైపుణ్యాలను అభివృద్ధి చేయడానికి అనేక వ్యూహాలు ఉన్నాయి. కొన్ని ముఖ్యమైన వ్యూహాలు ఇక్కడ ఉన్నాయి:

సమ్మిళిత విద్య యొక్క సూత్రాలు మరియు అభ్యాసాలను అర్థం చేసుకోవడం

ఉపాధ్యాయులు సమ్మిళిత విద్య యొక్క సూత్రాలు మరియు అభ్యాసాలను అర్థం చేసుకోవాలి. వారు విభిన్న నేర్పరితనాలను కలిగిన విద్యార్థుల అవసరాలను ఎలా తీర్చవచ్చో తెలుసుకోవాలి.

ఈ లక్ష్యాన్ని సాధించడానికి, ఉపాధ్యాయులు సమ్మిళిత విద్యపై శిక్షణా తరగతులకు హాజరవ్వవచ్చు లేదా సమ్మిళిత విద్యపై పుస్తకాలు లేదా ఆన్‌లైన్ కోర్సులను చదవవచ్చు.

విభిన్న నేర్పరితనాలను కలిగిన విద్యార్థుల అవసరాలను అర్థం చేసుకోవడం

ఉపాధ్యాయులు విభిన్న నేర్పరితనాలను కలిగిన విద్యార్థుల అవసరాలను అర్థం చేసుకోవాలి. వారు విద్యార్థుల నైపుణ్యాల స్థాయిలు, అభ్యాస శైలులు మరియు అవసరాలను పరిగణనలోకి తీసుకోవాలి.

ఈ లక్ష్యాన్ని సాధించడానికి, ఉపాధ్యాయులు విద్యార్థులతో వ్యక్తిగతంగా మాట్లాడవచ్చు, విద్యార్థుల ఫైళ్లను సమీక్షించవచ్చు మరియు విద్యార్థుల గురించి సమాచారాన్ని అందించగల ఇతర వనరులతో కమ్యూనికేట్ చేయవచ్చు.

విభిన్న నేర్పరితనాలను కలిగిన విద్యార్థులకు బోధించడానికి సాంకేతికత మరియు సాధనాలను ఉపయోగించడం

ఉపాధ్యాయులు విభిన్న నేర్పరితనాలను కలిగిన విద్యార్థులకు బోధించడానికి సాంకేతికత మరియు సాధనాలను ఉపయోగించగలరు.

సమ్మిళిత వాతావరణంలో పనిచేసే ఉపాధ్యాయులకు వనరులు మరియు మద్దతు వ్యవస్థలను అందించడం

సమ్మిళిత విద్య అనేది వివిధ నైపుణ్యాలు మరియు అవసరాలను కలిగిన విద్యార్థులను ఒకే తరగతి గదిలో చేర్చే విధానం. సమ్మిళిత విద్యను విజయవంతంగా అమలు చేయడానికి, ఉపాధ్యాయులు విభిన్న నేర్పరితనాలను కలిగిన విద్యార్థుల అవసరాలను అర్థం చేసుకోవడానికి మరియు వారి అవసరాలను తీర్చడానికి అవసరమైన నైపుణ్యాలు మరియు సామర్థ్యాలను అభివృద్ధి చేయడానికి శిక్షణ పొందాలి.

ఈ లక్ష్యాన్ని సాధించడానికి, ఉపాధ్యాయులకు సమర్థవంతమైన వనరులు మరియు మద్దతు వ్యవస్థలు అందించడం చాలా ముఖ్యం. ఈ వనరులు మరియు మద్దతు వ్యవస్థలు ఉపాధ్యాయులకు సమ్మిళిత విద్య యొక్క సూత్రాలు మరియు అభ్యాసాలను అర్థం చేసుకోవడంలో, విభిన్న నేర్పరితనాలను కలిగిన విద్యార్థుల అవసరాలను అర్థం చేసుకోవడంలో మరియు సమర్థవంతమైన బోధన వ్యూహాలను అభివృద్ధి చేయడంలో సహాయపడతాయి.

సమ్మిళిత వాతావరణంలో పనిచేసే ఉపాధ్యాయులకు అందించవలసిన కొన్ని ముఖ్యమైన వనరులు మరియు మద్దతు వ్యవస్థలు ఇక్కడ ఉన్నాయి:

శిక్షణ: ఉపాధ్యాయులకు సమ్మిళిత విద్యపై శిక్షణ అందించడం చాలా ముఖ్యం. ఈ శిక్షణ సమ్మిళిత విద్య యొక్క సూత్రాలు మరియు అభ్యాసాలను అర్థం చేసుకోవడంలో, విభిన్న నేర్పరితనాలను కలిగిన విద్యార్థుల అవసరాలను అర్థం చేసుకోవడంలో మరియు

సమర్థవంతమైన బోధన వ్యూహాలను అభివృద్ధి చేయడంలో ఉపాధ్యాయులకు సహాయపడుతుంది.

- సమర్థవంతమైన బోధన వనరులు: ఉపాధ్యాయులకు విభిన్న నేర్పరితనాలను కలిగిన విద్యార్థులకు సహాయపడే సమర్థవంతమైన బోధన వనరులు అందించడం చాలా ముఖ్యం. ఈ వనరులు విభిన్న అభ్యాస శైలులకు అనుగుణంగా ఉండే విద్యా సామగ్రిని కలిగి ఉండాలి.
- మద్దతు వ్యవస్థ: ఉపాధ్యాయులకు సమర్థవంతమైన మద్దతు వ్యవస్థ అందించడం చాలా ముఖ్యం. ఈ మద్దతు వ్యవస్థ ఉపాధ్యాయులకు సమస్యలను పరిష్కరించడానికి మరియు సమర్థవంతమైన బోధన వ్యూహాలను అభివృద్ధి చేయడంలో సహాయపడుతుంది.

Chapter 6: Beyond the Classroom Walls: Building Collaborative Partnerships

అధ్యాయం 6: తరగతి గోడలకు అవతల: సహకార భాగస్వామ్యాలను నిర్మించడం

సమ్మిళితత్వాన్ని మద్దతు ఇవ్వడంలో కుటుంబాలు, పాఠశాలలు మరియు సమాజాల మధ్య సహకారం యొక్క కీలక పాత్ర

సమ్మిళిత విద్య అనేది వివిధ నైపుణ్యాలు మరియు అవసరాలను కలిగిన విద్యార్థులను ఒకే తరగతి గదిలో చేర్చే విధానం. సమ్మిళిత విద్యను విజయవంతంగా అమలు చేయడానికి, కుటుంబాలు, పాఠశాలలు మరియు సమాజాలు మధ్య సహకారం చాలా ముఖ్యం.

కుటుంబాల పాత్ర

కుటుంబాలు సమ్మిళిత విద్యను విజయవంతం చేయడంలో కీలక పాత్ర పోషిస్తాయి. కుటుంబాలు తమ పిల్లల అవసరాలను అర్థం చేసుకోవడంలో మరియు వారి విద్యను మద్దతు ఇవ్వడంలో పాఠశాలలతో సహకరించాలి.

కుటుంబాలు తమ పిల్లల పాఠశాల అనుభవం గురించి తెలుసుకోవడానికి సమయం కేటాయించాలి. వారు తమ పిల్లల పాఠశాల కార్యక్రమాలకు హాజరు కావచ్చు, తమ పిల్లల

పాఠశాల సిబ్బందితో మాట్లాడవచ్చు మరియు తమ పిల్లల పాఠశాల విద్య గురించి ప్రశ్నలు అడగవచ్చు.

కుటుంబాలు తమ పిల్లల విద్యకు మద్దతు ఇవ్వడానికి ఇతర మార్గాలను కూడా కనుగొనవచ్చు. ఉదాహరణకు, వారు తమ పిల్లలతో ఇంటిలో అధ్యయనం చేయడానికి సమయం కేటాయించవచ్చు, తమ పిల్లలకు పుస్తకాలు మరియు ఇతర విద్యా సామగ్రిని అందించవచ్చు మరియు తమ పిల్లలకు సహాయం చేయడానికి ఇతర కుటుంబాలతో కలిసి పని చేయవచ్చు.

పాఠశాలల పాత్ర

పాఠశాలలు సమ్మిళిత విద్యను విజయవంతం చేయడంలో కీలక పాత్ర పోషిస్తాయి. పాఠశాలలు విభిన్న నైపుణ్యాలు మరియు అవసరాలను కలిగిన విద్యార్థుల అవసరాలను తీర్చడానికి బోధన మరియు అభ్యాసాన్ని అనుకూలీకరించాలి.

పాఠశాలలు విభిన్న నైపుణ్యాలు మరియు అవసరాలను కలిగిన విద్యార్థులకు మద్దతు ఇవ్వడానికి సహాయక సేవలను అందించాలి. ఈ సహాయక సేవలు విద్యార్థులకు ఒక వ్యక్తిగత విద్యా ప్రణాళికను అభివృద్ధి చేయడంలో, పాఠశాల కార్యక్రమాలకు పాల్గొనడంలో మరియు విద్యను విజయవంతం చేయడంలో సహాయపడతాయి.

పాఠశాలలు విభిన్న నైపుణ్యాలు మరియు అవసరాలను కలిగిన విద్యార్థుల గురించి అవగాహన మరియు సహనాన్ని పెంపొందించడానికి పాఠశాల సమావేశాలు మరియు ఇతర కార్యక్రమాలను నిర్వహించాలి.

ప్రభావవంతమైన సహకారం మరియు కమ్యూనికేషన్ యొక్క వివిధ నమూనాలు

సహకారం మరియు కమ్యూనికేషన్ అనేవి ఏదైనా సమూహం లేదా సంస్థలో విజయవంతమైన పనితీరును నిర్ధారించడానికి అవసరమైన కీలకమైన నైపుణ్యాలు. ప్రభావవంతమైన సహకారం మరియు కమ్యూనికేషన్ అనేది విభిన్న వ్యక్తులు లేదా సమూహాలు సమస్యలను పరిష్కరించడానికి, లక్ష్యాలను సాధించడానికి మరియు సానుకూల ఫలితాలను సాధించడానికి కలిసి పని చేయడం.

ప్రభావవంతమైన సహకారం మరియు కమ్యూనికేషన్ యొక్క వివిధ నమూనాలు ఉన్నాయి. కొన్ని సాధారణ నమూనాలు ఇక్కడ ఉన్నాయి:

- సమానత్వం-ఆధారిత నమూనా: ఈ నమూనాలో, సభ్యులు సమానంగా పరిగణించబడతారు మరియు నిర్ణయాలు తీసుకోవడంలో ఒకేలా ప్రభావం చూపుతారు.
- వైస్ నాయకత్వ నమూనా: ఈ నమూనాలో, సభ్యులు తమ ప్రత్యేక నైపుణ్యాలు మరియు అనుభవాల ఆధారంగా నిర్ణయాలు తీసుకోవడంలో మార్గాదర్శకత్వం వహిస్తారు.
- అధికార-ఆధారిత నమూనా: ఈ నమూనాలో, ఒక వ్యక్తి లేదా సమూహం నిర్ణయాలు తీసుకోవడంలో మరియు ఇతరులపై నియంత్రణను కలిగి ఉంటుంది.

ప్రభావవంతమైన సహకారం మరియు కమ్యూనికేషన్ కోసం కొన్ని ముఖ్యమైన అంశాలు ఇక్కడ ఉన్నాయి:

- సభ్యుల మధ్య నమ్మకం మరియు గౌరవం: ప్రభావవంతమైన సహకారం మరియు కమ్యూనికేషన్ కోసం, సభ్యులు ఒకరినొకరు నమ్మవచ్చు మరియు గౌరవించాలి.
- సున్నితమైన కమ్యూనికేషన్: సభ్యులు స్పష్టంగా మరియు సమర్థవంతంగా కమ్యూనికేట్ చేయగలగాలి.
- సహకారంపై కట్టుబడి: సభ్యులు సహకారంపై కట్టుబడి ఉండాలి మరియు సమస్యలను పరిష్కరించడానికి మరియు లక్ష్యాలను సాధించడానికి కలిసి పని చేయాలి.

ప్రభావవంతమైన సహకారం మరియు కమ్యూనికేషన్ను అభివృద్ధి చేయడానికి సహాయపడే అనేక వనరులు అందుబాటులో ఉన్నాయి. వీటిలో పుస్తకాలు, ఆన్లైన్ కోర్సులు మరియు శిక్షణా తరగతులు ఉన్నాయి.

వికలాంగులైన విద్యార్థులు మరియు వారి కుటుంబాలకు ఉపయోగపడిన విజయవంతమైన భాగస్వామ్యాల ఉదాహరణలు

వికలాంగులైన విద్యార్థులు మరియు వారి కుటుంబాలకు ఉపయోగపడిన విజయవంతమైన భాగస్వామ్యాల అనేక ఉదాహరణలు ఉన్నాయి. ఈ భాగస్వామ్యాలు విద్యార్థుల విద్యను మెరుగుపరచడానికి, వారి కుటుంబాలకు మద్దతు ఇవ్వడానికి మరియు సమాజంలో సమానత్వాన్ని ప్రోత్సహించడానికి సహాయపడ్డాయి.

ఉదాహరణ 1:

ఒక పాఠశాలలో, ఒక ఉపాధ్యాయుడు వికలాంగులైన విద్యార్థుల కుటుంబాలతో సమయాన్ని గడపడానికి కట్టుబడి ఉన్నాడు. అతను వారి ఆందోళనలను అర్థం చేసుకోవడానికి మరియు వారి కుటుంబాలకు మద్దతు ఇవ్వడానికి సమయం కేటాయించాడు. ఈ భాగస్వామ్యం ఫలితంగా, విద్యార్థుల కుటుంబాలు వారి పిల్లల విద్యలో మరింత పాల్గొనడం ప్రారంభించాయి.

ఉదాహరణ 2:

ఒక సమాజంలో, వికలాంగులైన విద్యార్థుల కోసం ఒక కార్యక్రమం ప్రారంభించబడింది. కార్యక్రమం విద్యార్థులకు విద్య, ఉపాధి మరియు సామాజిక సేవలను అందిస్తుంది. కార్యక్రమం ఫలితంగా, విద్యార్థులు వారి విద్యను మెరుగుపరచగలిగారు మరియు సమాజంలో సక్రమంగా పాల్గొనగలిగారు.

ఉదాహరణ 3:

ఒక ప్రభుత్వం వికలాంగులైన విద్యార్థుల కోసం ఒక చట్టాన్ని అమలు చేసింది. చట్టం విద్యార్థులకు సమాన విద్యా అవకాశాలను నిర్ధారిస్తుంది. చట్టం ఫలితంగా, వికలాంగులైన విద్యార్థులు ఇప్పుడు విద్యను పొందడానికి మరింత అవకాశం ఉంది.

ఈ ఉదాహరణలు చూపించే విధంగా, వికలాంగులైన విద్యార్థులు మరియు వారి కుటుంబాలకు ఉపయోగపడే విజయవంతమైన భాగస్వామ్యాలు వివిధ రకాలుగా ఉంటాయి. ఈ భాగస్వామ్యాలు స్థానిక స్థాయిలో, జాతీయ స్థాయిలో లేదా అంతర్జాతీయ స్థాయిలో జరుగుతాయి.

వికలాంగులైన విద్యార్థులు మరియు వారి కుటుంబాలకు ఉపయోగపడే విజయవంతమైన భాగస్వామ్యాలను అభివృద్ధి చేయడానికి కొన్ని చిట్కాలు ఇక్కడ ఉన్నాయి:

- అన్ని అభిప్రాయాలను వినండి: వికలాంగులైన విద్యార్థులు, వారి కుటుంబాలు మరియు విద్యావేత్తలు సహా అన్ని అభిప్రాయాలను వినడం ముఖ్యం.

Chapter 7: Celebrating Differences: Fostering Social and Emotional Inclusion

అధ్యాయం 7: వైవిధ్యాలను జరుపుకుంటూ: సామాజిక మరియు భావోద్వేగ సమ్మిళితత్వాన్ని పెంపొందించడం

సమ్మిళిత విద్యలో సామాజిక మరియు భావోద్వేగ నేర్పు (SEL) యొక్క ప్రాముఖ్యత

సమ్మిళిత విద్య అనేది వివిధ నైపుణ్యాలు మరియు అవసరాలను కలిగిన విద్యార్థులను ఒకే తరగతి గదిలో చేర్చే విధానం. సమ్మిళిత విద్యను విజయవంతం చేయడానికి, విద్యార్థులు ఒకరినొకరు గౌరవించడం మరియు సహకరించడం నేర్చుకోవాలి. ఈ నైపుణ్యాలను అభివృద్ధి చేయడంలో సామాజిక మరియు భావోద్వేగ నేర్పు (SEL) సహాయపడుతుంది.

SEL అనేది విద్యార్థులకు వారి స్వంత భావోద్వేగాలను అర్థం చేసుకోవడం, వారి సహచరుల భావోద్వేగాలను అర్థం చేసుకోవడం మరియు సానుకూల సంబంధాలను నిర్మించడం నేర్పే ఒక ప్రక్రియ. SEL యొక్క కొన్ని కీలక అంశాలు ఇక్కడ ఉన్నాయి:

- ఆత్మాస్వాధీనత: విద్యార్థులు తమ స్వంత భావోద్వేగాలను అర్థం చేసుకోవడం మరియు నిర్వహించడం నేర్చుకోవాలి.

- సహకారం: విద్యార్థులు ఇతరులతో సహకరించడం మరియు సమస్యలను పరిష్కరించడానికి కలిసి పని చేయడం నేర్చుకోవాలి.
- సమాచార మరియు సామాజిక నైపుణ్యాలు: విద్యార్థులు ఇతరులతో సున్నితంగా మరియు సమర్థవంతంగా కమ్యూనికేట్ చేయడం నేర్చుకోవాలి.
- సామాజిక న్యాయం: విద్యార్థులు విభిన్న నైపుణ్యాలు మరియు అవసరాలను కలిగిన వ్యక్తుల గురించి అవగాహన మరియు గౌరవాన్ని పెంపొందించుకోవాలి.

SEL సమ్మిళిత విద్యలో విద్యార్థులకు అనేక ప్రయోజనాలను అందిస్తుంది. ఇది విద్యార్థులకు:

- సహచరులతో మరింత సమర్థవంతంగా సంభాషించడానికి సహాయపడుతుంది.
- సమస్యలను పరిష్కరించడానికి మరియు సంఘర్షణలను పరిష్కరించడానికి సహాయపడుతుంది.
- సామాజికంగా బాగా అనుగుణంగా ఉండటానికి సహాయపడుతుంది.
- అధిక విద్యా ఫలితాలను సాధించడానికి సహాయపడుతుంది.

SEL సమ్మిళిత విద్యలోని అన్ని పాత్రలకు ముఖ్యం. ఉపాధ్యాయులు, కుటుంబాలు మరియు సమాజం SEL యొక్క ప్రాముఖ్యతను అర్థం చేసుకోవాలి మరియు విద్యార్థులకు SEL నైపుణ్యాలను అభివృద్ధి చేయడంలో సహాయం చేయాలి.

SEL ను సమ్మిళిత విద్యలో అమలు చేయడానికి అనేక మార్గాలు ఉన్నాయి. ఉపాధ్యాయులు తమ తరగతి గదులలో SEL యొక్క అంశాలను నేరుగా బోధించవచ్చు.

అన్ని విద్యార్థుల కోసం సానుకూల సహచరుల సంబంధాలు, సానుభూతి మరియు అనుబంధత భావాన్ని పెంపొందించడానికి వ్యూహాలు

సానుకూల సహచరుల సంబంధాలు, సానుభూతి మరియు అనుబంధత భావం అనేవి అన్ని విద్యార్థుల అభివృద్ధికి ముఖ్యమైనవి. ఈ అంశాలు విద్యార్థులకు శారీరక మరియు మానసిక ఆరోగ్యాన్ని మెరుగుపరచడంలో, విద్యా ఫలితాలను మెరుగుపరచడంలో మరియు సామాజికంగా సాధించడంలో సహాయపడతాయి.

అన్ని విద్యార్థుల కోసం ఈ అంశాలను పెంపొందించడానికి అనేక వ్యూహాలు ఉన్నాయి. కొన్ని ముఖ్యమైన వ్యూహాలు ఇక్కడ ఉన్నాయి:

- SEL ను అమలు చేయండి: SEL అనేది విద్యార్థులకు వారి స్వంత భావోద్వేగాలను అర్థం చేసుకోవడం, వారి సహచరుల భావోద్వేగాలను అర్థం చేసుకోవడం మరియు సానుకూల సంబంధాలను నిర్మించడం నేర్పే ఒక ప్రక్రియ. SEL ను అమలు చేయడం వల్ల విద్యార్థులకు ఈ అంశాలను అభివృద్ధి చేయడంలో సహాయపడుతుంది.

- సహకార కార్యకలాపాలను ఉపయోగించండి: సహకార కార్యకలాపాలు విద్యార్థులను ఇతరులతో కలిసి పని చేయడానికి మరియు సమస్యలను పరిష్కరించడానికి ప్రోత్సహిస్తాయి. ఈ కార్యకలాపాలు విద్యార్థుల మధ్య సానుకూల సంబంధాలను అభివృద్ధి చేయడంలో సహాయపడతాయి.

- సానుభూతిని పెంపొందించడానికి అవకాశాలను అందించండి: సానుభూతి అనేది ఇతరుల భావాలను అర్థం

చేసుకోగలగడం మరియు ఆ భావాలను పంచుకోగలగడం. సానుభూతిని పెంపొందించడానికి అవకాశాలను అందించడం వల్ల విద్యార్థులు ఇతరులను మరింత బాగా అర్థం చేసుకోవడంలో మరియు వారితో సంబంధాలను నిర్మించడంలో సహాయపడుతుంది.

అనుబంధత భావాన్ని ప్రోత్సహించండి: అనుబంధత భావం అనేది ఇతరులతో బలమైన సంబంధాలను కలిగి ఉండే భావం. అనుబంధత భావాన్ని ప్రోత్సహించడం వల్ల విద్యార్థులు స్థిరంగా మరియు సురక్షితంగా అనుభూతి చెందడంలో సహాయపడుతుంది.

ఈ వ్యూహాలను అమలు చేయడం ద్వారా, ఉపాధ్యాయులు, కుటుంబాలు మరియు సమాజం అన్ని విద్యార్థులకు సానుకూల సహచరుల సంబంధాలు, సానుభూతి మరియు అనుబంధత భావాన్ని పెంపొందించడంలో సహాయపడవచ్చు.

సమ్మిళిత వాతావరణంలో బెదిరింపులు మరియు వివక్షత సమస్యలు

సమ్మిళిత విద్య అనేది వివిధ నైపుణ్యాలు మరియు అవసరాలను కలిగిన విద్యార్థులను ఒకే తరగతి గదిలో చేర్చే విధానం. సమ్మిళిత విద్యను విజయవంతం చేయడానికి, విద్యార్థుల మధ్య సహకారం మరియు గౌరవం ముఖ్యం. అయితే, సమ్మిళిత వాతావరణంలో బెదిరింపులు మరియు వివక్షత సమస్యలు కూడా తలెత్తుతాయి.

బెదిరింపులు అనేవి ఒక వ్యక్తి లేదా సమూహంపై బెదిరింపులను ఉపయోగించి చర్య తీసుకోవడానికి ప్రయత్నించే ఏదైనా ప్రవర్తన. బెదిరింపులు శారీరక, మాటల, లైంగిక లేదా మానసికంగా ఉండవచ్చు.

వివక్షత అనేది ఒక వ్యక్తి లేదా సమూహంపై ఆధారం లేదా వివక్షాపూరిత వైఖరితో వ్యవహరించే ఏదైనా ప్రవర్తన. వివక్షత వయస్సు, లింగం, జాతి, మతం, అభిరుచి, లేదా నైపుణ్యాల ఆధారంగా ఉండవచ్చు.

సమ్మిళిత వాతావరణంలో బెదిరింపులు మరియు వివక్షత సమస్యలు విద్యార్థులకు అనేక విధాలుగా ప్రభావం చూపుతాయి. ఈ సమస్యలు విద్యార్థుల శారీరక మరియు మానసిక ఆరోగ్యాన్ని దెబ్బతీస్తాయి, విద్యా ఫలితాలను తగ్గిస్తాయి మరియు సామాజికంగా సవాలును కలిగిస్తాయి.

సమ్మిళిత వాతావరణంలో బెదిరింపులు మరియు వివక్షతను నిరోధించడానికి కొన్ని మార్గాలు ఇక్కడ ఉన్నాయి:

- సహనం మరియు గౌరవం యొక్క సంస్కృతిని ప్రోత్సహించండి: పాఠశాలలు మరియు కుటుంబాలు సహనం మరియు గౌరవం యొక్క సంస్కృతిని ప్రోత్సహించడానికి కృషి చేయాలి. ఈ సంస్కృతిని ప్రోత్సహించడానికి, పాఠశాలలు మరియు కుటుంబాలు ఈ విలువలను బోధించడానికి మరియు వాటిని నమ్మకంతో నెరవేర్చడానికి కృషి చేయాలి.

- బెదిరింపులు మరియు వివక్షత గురించి అవగాహన పెంపొందించండి: పాఠశాలలు మరియు కుటుంబాలు బెదిరింపులు మరియు వివక్షత గురించి అవగాహన పెంపొందించడానికి కృషి చేయాలి. ఈ సమస్యల గురించి అవగాహన పెంచడం వల్ల విద్యార్థులు మరియు వయోజనులు వాటిని గుర్తించడానికి మరియు వాటిని నివారించడానికి సహాయపడుతుంది.

Chapter 8: Breaking Barriers: Overcoming Challenges and Obstacles

అధ్యాయం 8: అడ్డంకులను ఛేదించడం: సవాళ్లు మరియు అడ్డంకులను అధిగమించడం

సమ్మిళిత పద్ధతులను అమలు చేయడంలో ఎదురయ్యే సాధారణ సవాళ్లు

సమ్మిళిత విద్య అనేది వివిధ నైపుణ్యాలు మరియు అవసరాలను కలిగిన విద్యార్థులను ఒకే తరగతి గదిలో చేర్చే విధానం. సమ్మిళిత విద్య అనేది అన్ని విద్యార్థులకు విద్య యొక్క సమాన అవకాశాలను అందించడానికి ఒక ప్రభావవంతమైన మార్గం. అయితే, సమ్మిళిత విద్యను అమలు చేయడం సులభం కాదు. దీనికి అనేక సవాళ్లు ఎదురవుతాయి.

వనరుల పరిమితులు

సమ్మిళిత విద్యను విజయవంతం చేయడానికి, పాఠశాలలు మరియు భాగస్వాములకు సరైన వనరులు అవసరం. ఈ వనరులలో ఉపాధ్యాయుల శిక్షణ, సాంకేతికత మరియు మద్దతు సేవలు ఉన్నాయి. అయితే, అనేక పాఠశాలలు ఈ వనరులను పొందడంలో ఇబ్బంది పడతాయి.

ప్రతికూల వైఖరులు

సమ్మిళిత విద్యపై కొంతమంది ప్రజలకు ప్రతికూల వైఖరులు ఉండవచ్చు. ఈ వ్యక్తులు సమ్మిళిత విద్య విద్యార్థులకు హాని

కలిగిస్తుందని లేదా అది సాధారణ విద్యార్థులను నష్టపరుస్తుందని నమ్ముతారు. ఈ వైఖరులు సమ్మిళిత విద్యను అమలు చేయడంలో అడ్డంకిగా ఉంటాయి.

అవగాహన లేకపోవడం

సమ్మిళిత విద్య గురించి కొంతమంది ప్రజలకు అవగాహన లేకపోవచ్చు. ఈ వ్యక్తులు సమ్మిళిత విద్య అంటే ఏమిటి మరియు అది ఎలా పని చేస్తుందో అర్థం చేసుకోకపోవచ్చు. ఈ అవగాహన లేకపోవడం సమ్మిళిత విద్యను అమలు చేయడంలో అడ్డంకిగా ఉంటుంది.

సమ్మిళిత పద్ధతులను అమలు చేయడంలో ఎదురయ్యే సాధారణ సవాళ్లను పరిష్కరించడానికి కొన్ని మార్గాలు ఇక్కడ ఉన్నాయి:

- వనరులను మెరుగుపరచండి: పాఠశాలలు మరియు భాగస్వాములు సమ్మిళిత విద్యను విజయవంతం చేయడానికి అవసరమైన వనరులను పొందడానికి కృషి చేయాలి.
- ప్రతికూల వైఖరులను ఎదుర్కోండి: సమ్మిళిత విద్య యొక్క ప్రయోజనాల గురించి ప్రజలకు అవగాహన కల్పించడం ద్వారా ప్రతికూల వైఖరులను ఎదుర్కోవచ్చు.
- అవగాహనను పెంపొందించండి: సమ్మిళిత విద్య గురించి అవగాహనను పెంపొందించడానికి పాఠశాలలు మరియు భాగస్వాములు కృషి చేయాలి.

ఈ సవాళ్లను అధిగమించడానికి మరియు సుస్థిరాబల సమ్మిళిత పద్ధతులను ప్రోత్సహించడానికి నవీన పరిష్కారాలు మరియు వ్యూహాలు

సమ్మిళిత విద్య అనేది వివిధ నైపుణ్యాలు మరియు అవసరాలను కలిగిన విద్యార్థులను ఒకే తరగతి గదిలో చేర్చే విధానం. సమ్మిళిత విద్య అనేది అన్ని విద్యార్థులకు విద్య యొక్క సమాన అవకాశాలను అందించడానికి ఒక ప్రభావవంతమైన మార్గం. అయితే, సమ్మిళిత విద్యను అమలు చేయడం సులభం కాదు. దీనికి అనేక సవాళ్లు ఎదురవుతాయి.

ఈ సవాళ్లను అధిగమించడానికి మరియు సుస్థిరాబల సమ్మిళిత పద్ధతులను ప్రోత్సహించడానికి అనేక నవీన పరిష్కారాలు మరియు వ్యూహాలు అందుబాటులో ఉన్నాయి. కొన్ని ముఖ్యమైన పరిష్కారాలు మరియు వ్యూహాలు ఇక్కడ ఉన్నాయి:

- **సాంకేతికత: సాంకేతికత అనేది సమ్మిళిత విద్యను అమలు చేయడంలో పాఠశాలలకు సహాయపడే ఒక శక్తివంతమైన సాధనం. సాంకేతికతను ఉపయోగించి, పాఠశాలలు విద్యార్థులకు వ్యక్తిగతీకరించిన అభ్యాస అనుభవాలను అందించగలవు మరియు సహకారాన్ని ప్రోత్సహించగలవు.

- **ఉపాధ్యాయుల శిక్షణ: ఉపాధ్యాయులకు సమర్థవంతమైన సమ్మిళిత విద్యను అందించడానికి శిక్షణ అవసరం. ఈ శిక్షణలో వివిధ నైపుణ్యాలు మరియు అవసరాలను కలిగిన విద్యార్థులతో పని చేయడానికి ఉపాధ్యాయులను సిద్ధం చేయడం ఉంటుంది.

కుటుంబాలతో భాగస్వామ్యం: సమ్మిళిత విద్యను విజయవంతం చేయడానికి కుటుంబాలతో భాగస్వామ్యం ముఖ్యం. కుటుంబాలను సమ్మిళిత విద్య యొక్క ప్రయోజనాల గురించి అవగాహన కల్పించడం మరియు వారి పిల్లల విద్యా ప్రయాణంలో పాల్గొనడానికి వారిని ప్రోత్సహించడం ముఖ్యం.

సమాజంతో భాగస్వామ్యం: సమ్మిళిత విద్యను ప్రోత్సహించడానికి సమాజంతో భాగస్వామ్యం ముఖ్యం. సమాజాన్ని సమ్మిళిత విద్య యొక్క ప్రాముఖ్యత గురించి అవగాహన కల్పించడం మరియు సహాయం అందించడానికి వారిని ప్రోత్సహించడం ముఖ్యం.

సమ్మిళితత్వాన్ని సాధించడానికి అడ్డంకులను అధిగమించిన విద్యార్థులు, ఉపాధ్యాయులు మరియు కుటుంబాల నుండి స్థిరత్వం మరియు నిర్ణయం యొక్క కథలు

సమ్మిళిత విద్య అనేది వివిధ నైపుణ్యాలు మరియు అవసరాలను కలిగిన విద్యార్థులను ఒకే తరగతి గదిలో చేర్చే విధానం. సమ్మిళిత విద్య అనేది అన్ని విద్యార్థులకు విద్య యొక్క సమాన అవకాశాలను అందించడానికి ఒక ప్రభావవంతమైన మార్గం. అయితే, సమ్మిళిత విద్యను అమలు చేయడం సులభం కాదు. దీనికి అనేక సవాళ్లు ఎదురవుతాయి.

ఈ సవాళ్లను అధిగమించడానికి మరియు సుస్థిరాబల సమ్మిళితత్వాన్ని సాధించడానికి, స్థిరత్వం మరియు నిర్ణయం చాలా ముఖ్యం. విద్యార్థులు, ఉపాధ్యాయులు మరియు కుటుంబాలు ఈ సవాళ్లను అధిగమించడానికి ఒకరికొకరు మద్దతు ఇవ్వడం చాలా ముఖ్యం.

విద్యార్థుల నుండి స్థిరత్వం మరియు నిర్ణయం యొక్క కథలు

- శ్రీకర్ అనే విద్యార్థి మానసిక ఆరోగ్య సమస్యలను ఎదుర్కొంటున్నాడు. అతను తరచుగా తరగతంలో శ్రద్ధ పెట్టలేకపోయాడు మరియు ఇతర విద్యార్థులతో సంబంధాలను ఏర్పరచుకోవడంలో ఇబ్బంది పడ్డాడు. అతని ఉపాధ్యాయులు మరియు కుటుంబం అతనికి మద్దతు ఇవ్వడం కొనసాగించారు మరియు అతను తన అభ్యాసంలో మెరుగుపడటం ప్రారంభించాడు. అతను ఇప్పుడు తరగతిలో శ్రద్ధ పెట్టగలడు మరియు ఇతర విద్యార్థులతో స్నేహం చేయగలడు.

- అమృత అనే విద్యార్థి స్పీచ్ డిజార్డర్‌తో బాధపడుతోంది. ఆమె తరచుగా తన మాటలను కోల్పోతుంది మరియు ఇతరులను అర్థం చేసుకోవడంలో ఇబ్బంది పడుతుంది. అయితే, ఆమె తన మాటలను మెరుగుపరచడానికి కృషి చేస్తూనే ఉంది. ఆమె ఉపాధ్యాయులు మరియు కుటుంబం ఆమెకు మద్దతు ఇవ్వడం కొనసాగిస్తున్నారు. ఆమె ఇప్పుడు తన మాటలను మరింత స్పష్టంగా మరియు సమర్థవంతంగా కమ్యూనికేట్ చేయగలదు.

- సుబ్రహ్మణ్యం అనే విద్యార్థి ఆర్థికంగా బలహీనమైన కుటుంబంలో పుట్టాడు. అతనికి సరైన పాఠ్యపుస్తకాలు మరియు పాఠశాల సామాగ్రి లేవు. అయితే, అతను చదువుకోవడానికి తన కలలను కోల్పోలేదు.

Chapter 9: A Vision for the Future: Beyond Inclusion Towards Transformation

అధ్యాయం 9: భవిష్యత్తు దృష్టి: సమ్మిళితత్వం వైపు కాకుండా పరివర్తన వైపు

వ్యక్తులకు మరియు మొత్తం సమాజానికి సమ్మిళిత విద్య యొక్క రూపాంతరకర ప్రభావం

సమ్మిళిత విద్య అనేది వివిధ నైపుణ్యాలు మరియు అవసరాలను కలిగిన విద్యార్థులను ఒకే తరగతి గదిలో చేర్చే విధానం. సమ్మిళిత విద్య అనేది అన్ని విద్యార్థులకు విద్య యొక్క సమాన అవకాశాలను అందించడానికి ఒక ప్రభావవంతమైన మార్గం.

సమ్మిళిత విద్య వ్యక్తులకు మరియు మొత్తం సమాజానికి రెండింటికీ రూపాంతరకర ప్రభావాన్ని చూపుతుంది.

వ్యక్తులకు సమ్మిళిత విద్య యొక్క ప్రయోజనాలు

- మరింత సహనం మరియు అవగాహన: సమ్మిళిత విద్య విద్యార్థులను వివిధ నైపుణ్యాలు మరియు అవసరాలను కలిగిన వ్యక్తులతో కలిసి పని చేయడానికి సిద్ధం చేస్తుంది. ఇది మరింత సహనం మరియు అవగాహనను అభివృద్ధి చేస్తుంది.
- మెరుగైన సామాజిక నైపుణ్యాలు: సమ్మిళిత విద్య విద్యార్థులకు ఇతరులతో సంబంధాలను ఏర్పరచుకోవడం మరియు

నిర్వహించడం నేర్పిస్తుంది. ఇది మెరుగైన సామాజిక నైపుణ్యాలను అభివృద్ధి చేస్తుంది.

- మెరుగైన విద్యా ఫలితాలు: సమ్మిళిత విద్య విద్యార్థుల అన్ని రకాల విద్యా ఫలితాలను మెరుగుపరచడంలో సహాయపడుతుంది. ఇది విద్యార్థులను మరింత విజయవంతంగా చేస్తుంది.

సమాజానికి సమ్మిళిత విద్య యొక్క ప్రయోజనాలు

- సమానత్వం మరియు సామాజిక న్యాయాన్ని ప్రోత్సహిస్తుంది: సమ్మిళిత విద్య అన్ని విద్యార్థులకు సమాన అవకాశాలను అందించడం ద్వారా సమానత్వం మరియు సామాజిక న్యాయాన్ని ప్రోత్సహిస్తుంది.
- సహనం మరియు అవగాహనను పెంచుతుంది: సమ్మిళిత విద్య విద్యార్థులను వివిధ నైపుణ్యాలు మరియు అవసరాలను కలిగిన వ్యక్తులతో కలిసి పని చేయడం ద్వారా సహనం మరియు అవగాహనను పెంచుతుంది.
- మరింత సమానత్వం మరియు సామరస్యంగా ఉండే సమాజాన్ని సృష్టిస్తుంది: సమ్మిళిత విద్య సమాజంలోని వివిధ వర్గాల మధ్య మరింత సమానత్వం మరియు సామరస్యాన్ని సృష్టించడంలో సహాయపడుతుంది.

సమ్మిళిత పద్ధతులను మరింత పెంచే భవిష్యత్తు ధోరణులు మరియు నవీనతలు

సమ్మిళిత విద్య అనేది వివిధ నైపుణ్యాలు మరియు అవసరాలను కలిగిన విద్యార్థులను ఒకే తరగతి గదిలో చేర్చే విధానం. సమ్మిళిత విద్య అనేది అన్ని విద్యార్థులకు విద్య యొక్క సమాన అవకాశాలను అందించడానికి ఒక ప్రభావవంతమైన మార్గం.

సమ్మిళిత విద్యను మరింత పెంచే కొన్ని భవిష్యత్తు ధోరణులు మరియు నవీనతలు ఇక్కడ ఉన్నాయి:

- సాంకేతికత: సాంకేతికత అనేది సమ్మిళిత విద్యను అమలు చేయడంలో పాఠశాలలకు సహాయపడే ఒక శక్తివంతమైన సాధనం. సాంకేతికతను ఉపయోగించి, పాఠశాలలు వివిధ నైపుణ్యాలు మరియు అవసరాలను కలిగిన విద్యార్థులకు వ్యక్తిగతీకరించిన అభ్యాస అనుభవాలను అందించగలవు.

ఉదాహరణకు, ఒక పాఠశాల స్పీచ్ డిజార్డర్‌తో బాధపడుతున్న విద్యార్థి కోసం ఒక ఆడియోబుక్‌ను సృష్టించవచ్చు. లేదా, ఒక పాఠశాల శారీరక వికలాంగత ఉన్న విద్యార్థి కోసం వీడియో ఆన్‌లైన్ ట్యుటోరియల్‌ను సృష్టించవచ్చు.

- ఉపాధ్యాయుల శిక్షణ: ఉపాధ్యాయులకు సమర్థవంతమైన సమ్మిళిత విద్యను అందించడానికి శిక్షణ అవసరం. ఈ శిక్షణలో వివిధ నైపుణ్యాలు మరియు అవసరాలను కలిగిన విద్యార్థులకు బోధించడం, వివిధ విద్యా మద్దతు సేవలను అందించడం మరియు సమమైన అవకాశాల వాతావరణాన్ని సృష్టించడం వంటి అంశాలు ఉండవచ్చు.

కుటుంబాలతో భాగస్వామ్యం: సమ్మిళిత విద్యను విజయవంతం చేయడానికి కుటుంబాలతో భాగస్వామ్యం ముఖ్యం. కుటుంబాలను సమ్మిళిత విద్య యొక్క ప్రయోజనాల గురించి అవగాహన కల్పించడం మరియు వారి పిల్లల విద్యా ప్రయాణంలో పాల్గొనడానికి వారిని ప్రోత్సహించడం ముఖ్యం.

సమాజంతో భాగస్వామ్యం: సమ్మిళిత విద్యను ప్రోత్సహించడానికి సమాజంతో భాగస్వామ్యం ముఖ్యం. సమాజాన్ని సమ్మిళిత విద్య యొక్క ప్రాముఖ్యత గురించి అవగాహన కల్పించడం మరియు సహాయం అందించడానికి వారిని ప్రోత్సహించడం ముఖ్యం.

అందరూ సమ్మిళిత నేర్పు వాతావరణంలో విజయవంతమవుతారు మరింత ప్రపంచాన్ని నిర్మించడానికి నిరంతర వాదన, పరిశోధన మరియు సహకారానికి పిలుపు

సమ్మిళిత విద్య అనేది వివిధ నైపుణ్యాలు మరియు అవసరాలను కలిగిన విద్యార్థులను ఒకే తరగతి గదిలో చేర్చే విధానం. సమ్మిళిత విద్య అనేది అన్ని విద్యార్థులకు విద్య యొక్క సమాన అవకాశాలను అందించడానికి ఒక ప్రభావవంతమైన మార్గం.

అందరూ సమ్మిళిత నేర్పు వాతావరణంలో విజయవంతమవుతారు అనేది ఒక మహత్తరమైన సామర్థ్యం. ఇది అన్ని విద్యార్థులకు సమాన అవకాశాలను అందిస్తుంది మరియు మరింత ప్రజాస్వామ్య మరియు సమానత్వం కలిగిన ప్రపంచాన్ని సృష్టించడంలో సహాయపడుతుంది.

ఈ సామర్థ్యాన్ని సాధించడానికి, మనం నిరంతరం వాదించాలి, పరిశోధించాలి మరియు సహకరించాలి.

వాదించడం

మనం సమ్మిళిత విద్య యొక్క ప్రాముఖ్యత గురించి ప్రజలకు అవగాహన కల్పించడానికి వాదించాలి. మనం సమ్మిళిత విద్య యొక్క ప్రయోజనాలను వివరించాలి మరియు అది అన్ని విద్యార్థులకు ఎలా ప్రయోజనకరంగా ఉంటుందో చూపించాలి.

పరిశోధన

మనం సమ్మిళిత విద్యను మరింత మెరుగుపరచడానికి పరిశోధన చేయాలి. మనం సమర్థవంతమైన సమ్మిళిత విద్యను అందించే విధానాలను గుర్తించడానికి పరిశోధన చేయాలి.

సహకారం

మనం సమ్మిళిత విద్యను అభివృద్ధి చేయడానికి ఇతరులతో సహకరించాలి. మనం పాఠశాలలు, ప్రభుత్వాలు, సంఘాలు మరియు వ్యక్తులతో కలిసి పని చేయాలి.

సమ్మిళిత విద్యను మరింత ప్రపంచాన్ని నిర్మించడానికి ఉపయోగించడానికి ఇక్కడ కొన్ని నిర్దిష్ట ఉదాహరణలు ఉన్నాయి:

- సమ్మిళిత విద్య విద్యార్థులను మరింత సహనం మరియు అవగాహనతో తయారు చేస్తుంది. ఇది వివిధ నేపథ్యాల నుండి వచ్చిన వ్యక్తులతో కలిసి పని చేయడానికి మరియు ఒకరికొకరు గౌరవించడానికి వారిని సిద్ధం చేస్తుంది.
- సమ్మిళిత విద్య విద్యార్థులకు మరింత సమగ్రమైన విద్యను అందిస్తుంది. వివిధ నైపుణ్యాలు మరియు అవసరాలను కలిగిన విద్యార్థులు ఒకరి నుండి ఒకరు నేర్చుకోవడానికి మరియు పరస్పరం సంబంధాలను ఏర్పరచుకోవడానికి అవకాశం ఇస్తుంది.

www.ingramcontent.com/pod-product-compliance
Lightning Source LLC
LaVergne TN
LVHW052003060526
838201LV00059B/3810
* 9 7 9 8 8 6 9 1 2 2 6 1 2 *